AF310360

ASSOCIATIONS AMICALE

DU

PERSONNEL INDIGÈNE DES RÉSIDÈNCES

DU TONKIN

CONTROLE

HANOI
IMPRIMERIE TONKINOISE
80-82, Rue du Chanvre, 80-82

1927

DU

PERSONNEL INDIGÈNE DES RÉSIDENCES

DU TONKIN

CONTROLE

HANOI
IMPRIMERIE TONKINOISE
80-82, Rue du Chanvre, 80-82

1927

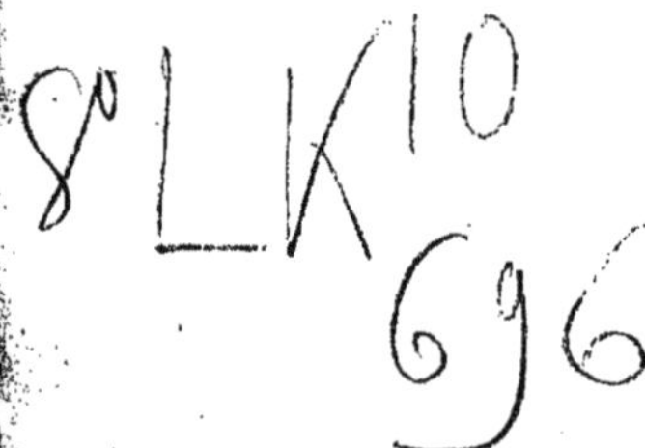

COMITÉ D'HONNEUR

Président :

M. le Résident Supérieur au Tonkin.

Membres

MM. Simoni,   *Résident Supérieur.*

Le Gallen, *Gouverneur des colonies,*

Prêtre,   *Administrateur de 1ᵉʳ classe des Services Civils*

Tissot,   *Résident Supérieur honoraire*

ANCIENS PRÉSIDENTS

MM. Vũ ngọc-Oánh ✳ ᵭ
    Nguyễn-huy-Tường, ᵭ
    Trần-văn-Ích,
    Đỗ-dình-Đắc, ᵭ
    Hoàng-mạnh-Ngọc,

CONSEIL D'ADMINISTRATION

MM. Đỗ-dình-Đắc	*Président*
Vũ-Tảo	*Vice-Président*
Lê-dương-Thức	—
Lê-minh-Nhân	*Secrétaire*
Nguyễn-văn-Mai	*Secrétaire adjoint*
Thầm-dình-Dương	*Trésorier*
Hàn-ngọc-Tri	*Trésorier adjoint*
Hàn-phầm-Hiền	*Commissaire*
Trương-dình-Hoan	—
Nguyễn-văn-Oanh	*Conseiller*
Vũ-văn-Hàm	—
Trần-gia-Mưu	—
Đào-dình-Tỏ	—
Nguyễn-văn-Bách	—
Trần-quang-Vinh	—

CADRE DES RÉSIDENCES DU TONKIN

N° Matricule	NOMS ET PRÉNOMS	Date de la dernière nomination	Province, Service ou Bureaux	Date de l'entrée dans l'Administration	Date de naissance	OBSERVATIONS
	Commis principaux de 1re classe					
	M. M.					
2	Phạm-văn-Bình ⚭ .	1-1-25	4° Bureau R. S.	7-7-1891	1873	
1	Nguyễn-hữu-Long .	1-1-26	—	20-5-1892	1867	
	Commis principaux de 3e classe					
4	Lê-văn-Kim . . .	1-1-24	Bắc-Giang	22-12-1891	1875	
6	Nguyễn-kim-Viết. .	1-1-25	Bắc-Ninh	31-8-1889	1883	
7	Nghiêm-văn-Tri . .	1-1-25	Secrét. du Conseil Contentieux Hanoi	2-9-1899	1881	
8	Võ-kiều-Còng, . .	1-1-27	Yên-Bay	1-7-1899	1869	
9	Đỗ-đình-Đắc ⚭ .	—	4° Bureau R. S.	18-2-1902	1883	
	Commis de 2re classe					
12	Lê-văn-Hiên. . . .	1-1-27	Hà-Đông	27-7-1920	1897	
21	Đỗ-qui-Bình . . .	—	Nam-Định	31-12-1920	1896	
15	Nguyễn-văn-Diên .	—	Bắc-Ninh	27-7-1920	1896	
19	Bùi-văn-Thiệp . .	—	1er Bureau R. S.	31-12-1920	1896	
30	Lê-văn-Chác . . .	—	Gouv. Général Lég. et Adm.	9-9-1921	1897	

(*) Membre de l'Amicale.

N° Matricule	NOMS ET PRÉNOMS	Date de la dernière nomination	Province, Service ou Bureaux	Date de l'entrée dans l'Administration	Date de naissance	OBSERVATIONS
	Commis de 3e classe					
	M. M.					
31	Phạm gia-Thái	1-1-25	Gouv. Général	9-9-1921	1896	
20	Vũ-nhu-Trác *	—	Ninh-Bình	6-10-1921	1898	
53	Nguyễn-Đệ *	23-8-25	Disponibilité	27-7-1923		
52	Lê sỹ-Vy	28-8-25	1er Bureau R.S.	—		
54	Luu-Trương	—	Sơn-Tây	—		
41	Trịnh-văn-Khiêm	1-1-26	Bắc-Giang	21-8-1922		
37	Phạm-trọng-Thiều	—	2e Bureau R. S.			
42	Vũ-đinh-Phan	—	3e Bureau R.S.	21-8-1923	1899	
46	Phạm-văn-Lễ	—	2e Bureau R. S.	—	1898	
40	Dương-cư-Tâm	—	Thái-Bình	—	1899	
60	Lê-văn-Đinh	—	Thái-nguyên		1899	
23	Phan-trung-Ngân *	1-1-27	3e Bureau R.S.	31-12-1920	1899	
43	Phạm-khắc-Phúc	—	Thái-Bình			
44	Hoàng-văn-Châu	—	Nam-Đinh			

N° Matricule	NOMS ET PRÉNOMS	Date de la dernière nomination	Province, Service ou Bureaux	Date de l'entrée dans l'Administration	Date de naissance	OBSERVATIONS
	Commis de 4e classe					
	M.M.					
32	Nuyễn-bá-Nga	1-1-25	Hà-Đông			
28	Trần-văn-Minh	1-1-25	Disponibilité			
48	Nguyễn-văn-Ninh *	1-1-26	Hải-Dương			
35	Nguyễn-Tam (Paul)	1-1-26	Vĩnh-Yên			
49	Trần-xuân-Lư *	1-1-26	Hưng-Yên			
56	Đặng-vũ-Niệt	1-3-26	Gouv. Général	*		
55	Nguyễn-Tiến	7-3-26	Dion. Générale de l'Ins. Publ.	10-2-1924		
50	Nguyễn-tiến-Đỏ	1-1-27	Vĩnh-Yên	21-11-1913	1894	
47	Nguyễn-văn-Khuê	—	4e Bureau R.S.	21-8-1922		
	Commis de 5e classe					
36	Trịnh-đinh-Thao	27-1-22	Disponibilité			
57	Đào-trọng-Gia	7-8-21				
58	Nguyễn-lập Lễ	29-11-24	4e Bureau R.S.			
57	Nguyễn-văn Tân	22-7-25	Thái-Bình			

N° Matricule	NOMS ET PRÉNOMS	Date de la dernière nomination	Province, Service ou Bureaux	Date de l'entrée dans l'Adminis- tration	Date de naissance	OBSERVATIONS
	Commis de 5e classe *(suite)*					
	Commis stagiaires					
	Vũ-ngọc-Trân	10-8-25	1er Bureau R.S.			
	Lê-văn-San	—	Lao-Kay			
	Hoàng-Dân	—	Hà-Đông			
	Bùi-thường-Chiêu	5-8-26	Nam-Đinh			
	Nguyễn-tất-Đắc	17-8-26	2e Bureau R.S.			
	Động-trần-Cung	—	Thái-nguyên			
	Nguyễn-ước-Lệ	—	Lạng-Sơn			
	Nguyễn-đinh-Tài	—	Hải Dương			
	Nguyễn-thế-Hiếu	—	Hà-Nam			

(*) Membre de l'Amicale

N° Matricule	NOMS ET PRÉNOMS	Date de la dernière nomination	Province, Service ou Bureaux	Date de l'entrée dans l'Adminis- tration	Date de naissance	OBSERVATIONS
	Secrétaires principaux hors classe					
	M.M.					
14	Tsu Zeu-Foh *	1-1-23	Hà-Giang	27-3-1906	1881	
10	Trần văn-Hòa	1-7-23	Hải Dương	12-1-1880	1868	
12	Lê-bá-Kỳ *	1-1-24	1er Bureau R.S.	15-8-1889	1871	
336	Nguyễn văn-Chi	1-1-25	Gouv. Général (Cons. Sing.)	1-1-1889	1878	
25	Trần như Ngọc	1-1-26	Hải-Dương			
24	Trầu duy-Phan	—	Nam-Đinh			
33	Nguyễn-văn-Bảo *	—	Bắc-Ninh			
32	Phạm-văn-Đinh *	—	Cabinet R.S			
66	Vũ đinh-Mân	1-1-27	1er Bureau R.S.			
28	Nguyễn-tri-Thông	—	3e Bureau R.S	7-4-1891	1864	
	Secrétaires principaux 1re classe					
27	Phạm-văn-Ngợi	1-7-23	Kiên-An			
47	Nguyễn-kinh-Sử	1-1-25	Hòa-Binh	1-1-1893	1873	
45	Trần-văn-Ích *	—	Cabinet R. S.	22-2-1891	1872	
39	Tchan-Ky	—	Mairie Haiphong	14-7-1903	1883	
48	Trần-hữu-Hanh	1-7-25	3e Bureau	11-6-1893	1874	

(*) Membre de l'Amicale.

N° Matricule	NOMS ET PRÉNOMS	Date de la dernière nomination	Province Service ou Bureaux	Date de l'entrée dans l'Administration	Date de naissance	OBSERVATIONS
	Secrétaires principaux de 1re classe *(suite)*					
	M. M.					
389	Trần-gia-Mưu *	1-7-25	Conseil du Contentieux	10-10-1900	1876	
51	Bùi-huy-Cảnh *	1-1-26	Hải-Dương			
55	Trần-Tri *	—	3e Bureau R.S.			
56	Vũ-đình-Bat	—	Phú-Thọ			
60	Nguyễn-văn-Bộ *	—	Secrét. Part. R.S.			
66	Nguyễn-văn-Thí *	—	Hôp. Indigène			
26	Phạm-năng-Sự	1-1-27	Sơn Tây	6-2-1891	1873	
	Secrétaires principaux de 2e classe					
53	Lê-văn-Mỹ	1-1-23	Hải-Dương	4-7-1894	1873	
34	Vạn-dức-Ngữ	1-1-25	4e Bureau R.S.	5-6-1892	1872	
87	Nguyễn-văn-Trác *	→	Hà-Nam	1-8 1900	1880	
68	Nguyễn-văn-Thúc *	—	Hôp. Indigène	20-8 1895	1878	
64	Nguyễn-văn-Tiệp		3e Bureau R.S.	1-1-1899	1875	
76	Nguyễn-trác-Yên *	—	Ninh-Bình	24-8-1897	1877	
78	Vũ-văn-Đức	1-1-26	Conseil du Contentieux			
54	Phạm-hữu-Nghĩa dit Nguyễn-văn-Nghĩa	→	Vĩnh-yên			
119	Vũ-văn-Hàm *	1 1 26	4e Bureau R.S.			
93	Vũ-Tảo *	—	Hôp. Indigène			

(*) Membre de l'Amicale.

N° Matricule	NOMS ET PRÉNOMS	Date de la dernière nomination	Province, Service ou Bureaux	Date de l'entrée dans l'Administration	Date de naissance	OBSERVATIONS
	Secrétaires principaux de 2e classe *(suite)*					
	M. M.					
99	Vũ-gia-Tường *	1-1-26	Ninh-Bình			
	Nguyễn-thừa Thông	1-7 26	Hải-Dương			
10	Nguyễn-quốc-Lộc	—	Mairie Haiphong			
118	Nguyễn-văn-Bách *	1-1-27	1er Bureau	28-12-1903	1885	
71	Phạm-như-Xuyên	—	3e Bureau	1-1-1898	1875	
81	Lê-khải-Óc *	—	Phú-Tho	16-10-1899	1828	
102	Du-văn-Tăng	—	Quảng-Yên	20-6-1902	1882	
90	Lê-văn-Bình *	—	Hà-Đông	17-?1-1900	1884	
131	Nguyễn-văn-Tuyên *	—	Cabinet (Presse)	18-9-1906	—	
136	Ngô-văn-Vinh *	—	Ser. Vétérinaire	22-9-1905	1887	
	Secrétaires principaux de 3e classe					
74	Nguyễn-văn-Can *	1-1-24	Ser. Vétérinaire	27-12-1900	1883	
85	Lê-Trứng	1-1-25	3e Bureau R.S.	11 7 1901	1878	
80	Trần-như-Bằng	—	Hà-Đông	16-10-1897	—	
59	Lê-văn-Lan	—	Mairie Haiphong	26-4-1899	1876	
130	Nguyễn-gia-Trần *	—	Sơn-Tây	17-10-1904	1884	
147	Nguyễn-bá-Giẫm	—	1er Bureau R.S.	12-7 05	1887	
82	Nguyễn-văn-Tiểu	—	3e Bureau R.S.	22-5-1890	1869	
92	Vũ-ngọc-Nhuận	—	Mon-Cay	26-10-1900	1881	
86	Đào-đinh-Tú *	—	4e Bureau R.S.	11-9-1901	1882	
376	Nguyễn-ngọc-Cần	—	3e Bureau R.S.	23-5-1899	—	
121	Nghiêm-xuân-Hiệp *	—	Hanam	24-1-1899	1877	
122	Phạm-văn-Nghĩa	—	Bắc-Giang	10-6-1901	1885	
2	Bùi-văn-Thuần	—	4e Bureau R.S.			
214	Nguyễn-văn-Thọ	1-1-26	Yên-Bay			

(*) Membre de l'Amicale.

Secrétaires principaux de 3e classe (suite)

N. Matricule	NOMS ET PRÉNOMS	Date de la dernière nomination	Province, Service ou Bureaux	Date de l'entrée dans l'Administration	Date de naissance	OBSERVATIONS
	M.M.					
160	Hoàng-manh-Ngọc *	1-1-26	Quảng-Yên			
152	Bùi-xuân-Trach	—	Hưng-Yên			
115	Nguyễn-tinh-Kim	—	Cao Bằng			
113	Phạm-văn-Sáu	—	4e Bureau R.S.			
158	Ngò-văn-Giực	—	Mairie Hanoi			
133	Phạm-xuân-Trang *	—	Tuyên Quang			
135	Nguyễn-hữu Quí *	—	3e Bureau R.S.			
146	Hoàng-quang-Ott *	—	Consulat Pakhoi			
157	Nguyễn-ván-Hội *	—	Nam-Định			
123	Ngô-vi-Vân	—	Nam-Định			
95	Bùi-lê Sĩ	—	Nam-Định			
201	Phạm-buy-San	1-1-27	Hà Đông	81-1-1902	1886	
100	Chu-văn-Lý *	—	Thái-Bình	29-9-1905	—	
108	Đỗ-hữu-Ân	—	Phú-Thọ	10-8-1900	1873	
200	Nguyễn-văn-Ich *	—	3e Bureau	27-6-1907	1885	
188	Hàn-phần-Hiền *	—	Mairie Hanoi	27-3-1906	1886	
101	Phạm-văn-Du	—	Phú-Thọ	10-8-1900	1873	
221	Phạm-văn-Cường *	—	Sơn-Tây	9-1-1909	1889	
226	Lê-dương-Thức *	—	4e Bureau	30-7-1909	1894	
141	Đinh-văn-Can	—	3e Bureau	15-2-1904	1879	
138	Nguyễn-văn-Hiều	—	Cabinet G.I.	5-8-1905	1886	
125	Nguyễn-bửu-Đức *	—	Ninh-Bình	6-1-1904	1855	
107	Du-xuân-Bang	—	Sûreté	17-10-1897	1870	
207	Đặng-dịch-Chấn	—	3e Bureau	14-2-1909	1889	
203	Vũ-văn-Chử *	—	1er Bureau	6-5-1908	1888	
198	Hoàng-liên-Thành	—	Sơn Tây	9-9-1905	1880	

(*) Membre de l'Amicale.

Secrétaires principaux de 3e classe (suite)

N. Matricule	NOMS ET PRÉNOMS	Date de la dernière nomination	Province, Service ou Bureaux	Date de l'entrée dans l'Administration	Date de naissance	OBSERVATIONS
	M.M.					
129	Nguyễu-văn-Dung	1-1-27	Cabinet G.I.	13-10-1994	1886	
240	Nguyễn-văn-Mưu	—	Cabinet S.P.	8-5-1911	1889	
124	Nguyễn-văn-Trùng	26-8-23	Lạng Sơn (congé)	31-10-1891	1868	
95	Phạm-quang-Đảm *	1-7-21	3e Bureau R.S. (Bibliothèque)	25-8-1908	1871	
179	Phan-văn-Tước	1-1-25	Kiến-An	23-3-1904	1883	
126	Nguyễn-Hữu	—	Phú-Thọ	26-6-1903	1897	
128	Phạm-xuân-Nhi *	—	Hải-Dương	19-1-1898	1875	
206	Trần-đinh-Hòe *	—	Hà-Nam	14-9-1909	1885	
220	Hoàng-đình-Mai *	—	Sơn-Tây	29-8-1908	1888	
160b	Lê-văn-Quế *	—	Phú Thọ	30-10-1907	1889	
159	Trần-văn-Tiến *	—	Thái-Bình	23-3-1907	1886	
164	Bùi-đình-Thu *	—	3e Bureau R.S.	15-1-1902	1876	
174	Nguyễn-xuân-Lan *	—	Bắc-Giang	14-1-1903	1882	
173	Vũ-huy-Nhân	—	3e Bureau R.S.	14-1-1905	1882	
219	Nguyễn-văn-Diệu *	—	Bắc-Ninh	29-8-1908	1888	
230	Bùi-huy-Xuân *	1-1-26	Ninh-Bình			
212	Nguyễn-văn-Tập	—	Sơn-Tây			
239	Tang-quay-Giong *	—	Cao-Bằng			
166	Nguyễn-đình-Nhân *	—	Gouv. Général			
229	Vũ-khắc-Cân	—	Cabinet R.S.			
211	Hoàng-văn-Lan *	1-1-27	Bắc-Ninh	4-7-1907	1885	
167	Trần-văn-Trì *	—	4e Bureau R.S.	12-6-1913	1878	
213	Hoàng-văn-Đạt	—	Cao-Bằng	3-6-1906	1885	
286	Phạm-văn-Cửu	—	Kiến-An	6-1-1911	1891	
245	Trịnh-ngọc-Bình *	—	4e Bureau R.S.	23-9-1909	1890	

(*) Membre de l'Amicale.

N° Matricule	NOMS ET PRÉNOMS	Date de la dernière nomination	Province, Service ou Bureaux	Date de l'entrée dans l'Administration	Date de naissance	OBSERVATIONS
	Secrétaires principaux de 3e classe *(suite)*					
	M.M.					
190	Nguyễn-đình Lâm *	1-1-27	3e Bureau	13-10-1904	1887	
282	Lê-văn-Chất *	—	Sơn-Tây	29-12-1913	1894	
223	Trần-công-Thuyết *	—	Kiến-An	5-6-1909	1888	
256	Nguyễn-tiến-Tài *	—	Bắc-Ninh	5-7-1911	1890	
	Secrétaires de 1re classe					
106	Nguyễn-văn-Diên Dominique	30-5-24	Phúc-Yên			
241	Nguyen-v-Phương *	1-1-25	3e Bureau R S.	2-3-1910	1886	
172	Nông-xuân-Mai *	—	Hà Giang	27-3-1906	—	
235	Trần-phượng-Thê *	—	Phúc-Yên	2-6-1911	1884	
210	Hoàng-văn-Lê	—	Phú-Thọ	10-6-1907	—	
215	Soi-a-Nồng *	1-1-26	Hà-Giang			
212	Nồng-ích-Van *	—	Hà-Giang			
165	Nguyễn-văn-Du *	—	Yên-Bay			
306	Nguyễn-ngọc-Viên	—	Hà-Đông			
168	Lê-văn-Hy dit Bạch-Xuân *	—	Thái nguyên			
154	Đặng-văn-Bang	—	Ninh-Bình			

(*) Membre de l'Amicale.

N° Matricule	NOMS ET PRÉNOMS	Date de la dernière nomination	Province, Service ou Bureaux	Date de l'entrée dans l'Administration	Date de naissance	OBSERVATIONS
	Secrétaires de 1re classe *(suite)*					
	M.M.					
305	Nguyễn-văn-ích *	1-7-26	Nam-Định			
218	Vũ-duy-Khai	—	Hai Dương			
291	Nguyễn-ngọc-Liên dit Nguyễn-v-Tiên	—	Sûreté			
326	Vương-văn-Thang	—	Phú-Thọ			
161	Lương-văn-Thanh	1-1-27	Sơn-La	11-9-1899	1868	
254	Trần-văn-Lâm	—	Nam-Định	31-8-1910	1886	
320	Phạm-huy-Khang	—	3e Bureau	19-8-1914	1896	
269	Nguyễn-văn-Giai	—	Lao-Kay	7-2-1912	1885	
276	Bùi-văn-Toàn *	—	Hà-Đông	24-9-1913	1891	
300	Nguyễn-kim-Thanh *	—	2e Bureau	7-10-1912	1892	
172	Nguyễn-văn-Tinh	—	Consulat Long Tchéou	24-2-1906	1884	
356	Nguyễn-văn-Vinh	—	Cabinet R S.	9-6-1915	1895	
231	Trịnh-đinh-Hiển *	—	Bắc-Giang	17-8-1908	1888	
254	Vũ-ngọc-Lạc	—	Hải-Dương	8-5-1911	1889	
379	Nguyễn-xuân-Tạo	—	Tuyên-Quang	9-10-1916	1893	
270	Nguyễn-đình-Vy	—	4e Bureau	16-3-1912	1889	

(*) Membre de l'Amicale.

— 12 —

Secrétaires de 2e classe

N° Matricule	NOMS ET PRÉNOMS	Date de la dernière nomination	Province, Service ou Bureaux	Date de l'entrée dans l'Administration	Date de naissance	OBSERVATIONS
	M. M.					
246	Nguyễn-văn-Giới . .	1-1-25	Phuc-Yên	5-6-1907	1888	
258	Nghiêm-xuân-Hang '	25-5-25	Thai-Binh	4-7-1912	1889	
29	Nguyễn-bich-Liên .	1-7-25	Quảng-Yên			
23	Lưu-đinh-Bao. . .	—	Yên-Bay			
44	Nguyễn-văn-Thu ' .	—	Mairie Haiphong			
299	Ngô-xương-Kiều. .	—	Sơn-Tây	7-10-1912	1893	
222	Trần-quang-Hiên. .	—	Hưng-Yên	14-2-1909	1888	
333	Tạ ngọc-Thinh. . .	—	Thai-Binh	16-3-1915	1890	
321	Bùi-xuân-Nhâm. .	—	Phú-Thọ	19-8-1914	1891	
223	Nguyễn-văn-Cân. .	—	Prison Civile	18-1-1911	1890	
204	Vũ-văn-Dục . . .	—	Lai-Châu	17-2-1912	1893	
250	Trần-trọng-Dục ' .	—	Ninh-Binh (cơ gê)	30-10-1909	1890	
264	Nguyễn-hữu-Gy . .	—	Cao-Bang	21-1-1911	1889	
169	Lê-hữu-Tri. . . .	1-4-26	Phú-Thọ			
208	Trần-huệ-Viên ' . .	—	Phúc-Yên			
295	Vũ-đình-Khôi * . .	—	Tuyên-Quang			
195	Hoàng-trọng-Thu * .	—	Cao-Bằng			
332	Dương-trọng-Phan ‹	—	Gouv. Général			
304	Nguyễn-văn-Độ * .	—	2e Bureau R.S.			
170	Lê-phố-Vạn * . . .	—	Mon-Cay			
305	Phạm-trọng-Giêm* .	—	Nam-Định			
307	Phạm-qui-Kinh'. .	1-1-26	Bắc-Giang			
185	Lê-kiem-Thiện . .	—	Vĩnh-Yên			
288	Nguyễn-Cân ' . .	—	Mon-Cay			
318	Cao-Van . . .	—	Lạng-Sơn			

(*) Membre de l'Amicale.

— 13 —

Secrétaires de 2e classe (*suite*)

N° Matricule	NOMS ET PRÉNOMS	Date de la dernière nomination	Province, Service ou Bureaux	Date de l'entrée dans l'Administration	Date de naissance	OBSERVATIONS
	M. M.					
189	Vi-minh-Phương * .	1-1-27	Sûreté			
361	Phạm-ngọc-Liên. .	—	Nam-Định			
368	Đào-văn-Huê . . .	—	Disponibilité			
236	Nguyễn-văn-Năng .	—	Sơn-La			
391	Nguyễn-văn-Lân. .	—	Cabinet Presse indig.			
346	Vũ-văn-Viết . . .	—	Nam-Định	1-2-15	1895	
308	Nguyễn-đình-Lai. .	—	4e Bureau	26-1-1913	1892	
330	Lê-văn-Tước * . .	—	4e Bureau R. S.	19-1-1914	1886	
280	Nguyễn-văn-Tbu. *	—	Nam-Định	20-11-1913	1891	
356	Nguyễn-văn-Long .	—	Hôp. Indigène	3-6-1915	1888	
386	Trần-văn-Phúc ' .	—	Bắc-kan	1-2-1915	1895	
553	Nguyễn-văn-Thanh .	—	Bắc-Ninh	19-7-1917	—	
392	Phạm-thế-Thanh * .	—	—	27-9-1917	1896	
324	Nguyễn-ngọc-Phan .	—	3e Bureau R.S.	19-8-1914	1883	
297	Nguyễn-đình-Tô * .	—	4e Bureau R.S.	23-8-1913	1892	
315	Nông-ich-Nhan * .	—	Lang-Sơn	1-7-1913	—	
347	Tạ-văn-Thân . . .	—	4e Bureau	1-2-1915	1890	
298	Nguyễn-hữu-Phiệt .	—	Cao-Bằng	16-4-1912	1892	
293	Nguyễn-văn-Điệm .	—	Finances	6-1-1911	1889	

(*) Membre de l'Amicale.

Secrétaires de 3e classe

No Matricule	NOMS ET PRÉNOMS	Date de la dernière nomination	Province Service ou Bureaux	Date de l'entrée dans l'Adminis-tration	Date de naissance	OBSERVATIONS
	M.M.					
499	Lê-văn-Huy . . .	1-1-25	3e Bureau R.S.	17-12-1917	1895	
421	Nguyễn-văn-Giậu dit Thiệp	—	Vĩnh-yên	21-2-1918	1897	
374	Phụng-đình-An * .	—	Lang-Sơn	7-9-1916	1894	
265	Nguyễn-quí-Hanh. ,	—	Thái-Bình	26-6-1911	1891	
402	Nguyễn-dai-Bộ . .	1-1-26	Hải-Dương	8-12-17	1896	
418	Lê-đình-Thiện . .	—	Hòa-Bình	5-2-18	1895	
398	Lê-sĩ-Cư * . . .	—	Bắc-Giang	8-12-17	—	
399	Phạm-huy-Quỳnh .	—	Sơn-Tày	—	1896	
452	Lê-nguyên-Đình. .	—	Thái-nguyên	28-7-19	1893	
412	Phạm-ngọc-Mai . .	—	Hưng-Yên	19-12-17	1895	
417	Nguyễn-xuân-Huy .	—	1er Bureau R.S.	4-12-18	1900	
440	Hoàng-văn-Chung *	—	Nam-Định	7-9-18	—	
410	Phạm-văn-Phúc . .	—	1er Bureau R.S.	17-12-17	1894	
570	Phạm-huy-Đình . .	1-1-27	Lai Châu		1897	
436	Phạm-văn-Sâm . .	—	1er Bureau R.S.	5-8-1918	1900	
446	Lê-minh-Nhân *	—	3e Bureau R.S.	8-10-1918	1893	
472	Nguyễn-văn-Thùy *	—	Tuyên-Quang	6-10-1919	1900	
364	Nguyễn-tri-Trung .	—	Insp. du travail R.S.	30-12-1915	1896	
426	Thầm-đình-Dương *	—	4e Bureau R.S.	16-7-1918	1899	
400	Vũ-đình-Lynh * . .	—	Hà-Đông	8-12-1917	1895	
429	Ung vay Coong dit Ngọc-Yon	—	Kiến-An	27-71-918	1893	
372	Dương-dức-Hiệp. .	—	Hà-Đông	17 7-1916	1895	
403	Nguyễn-như-Kim *	—	Phú-Thọ	8-12-1917	1898	
443	Nguyễn-văn-Hòa * .	—	Kiến-An	2-70-1918	1898	

(*) Membre de l'Amicale.

Secrétaires de 3e classe (suite)

No Matricule	NOMS ET PRÉNOMS	Date de la dernière nomination	Province Service ou Bureaux	Date de l'entrée dans l'Adminis-tration	Date de naissance	OBSERVATIONS
	M.M.					
438	Nguyễn-sĩ-Phầm * .	1-1-27	Mon-Cay	7-9-1918	1900	
483	Nguyễn-văn-Quyền *	—	Hưng-Yên	23-10-1919	1899	
433	Phạm-huy-Hoan . ·	—	Cabinet R.S	26-8-1918	1898	
394	Đinh-văn-Hòa * ,	—	4e Bureau R.S.	27-10-1917	1888	
491	Trần-văn-Tùng . .	— .	Ninh-Bình	17-1-1920	1899	
407	Nguyễn-Kỳ . . .	—	Finances	8-12-1917	—	
501	Vũ-văn-Lâm . . .	—	Bắc-Ninh	18-8-1920	1901	
476	Vũ-ngọc-Lâm * . .	—	Kiến-An	6-10-1919	1900	
466	Phạm-trọng Quế . ·	—	Lang-Sơn	8-12-1917	1895	
114	Nguyễn-văn-Bản. .	—	Bắc-Giang	7-1-1918	1897	
479	Nguyễn-văn-Quang .	—	Don. locale Santé	10-6-1919	1901	
314	Ng-quốc-Chưởng. *	—	Disponibilité	27-6-1913	1891	
469	Nguyễn-văn-Uyền .	—	Bắc-Giang	6-10-1919	1899	
435	Đặng-trần-Viễn . .	—	Kiến-An	7-9-1912	—	
471	Đinh-xuân-Toản. .	—	Bắc-Giang	6-10-1919	—	

(*) Membre de l'Amicale

Secrétaires de 4e classe

N° Matricule	NOMS ET PRÉNOMS	Date de la dernière nomination	Province, Service ou Bureaux	Date de l'entrée dans l'Administration	Date de naissance	OBSERVATIONS
	M. M.					
450	Nguyễn-văn-Khanh.	1-1-25	Vĩnh-Yên	19-11-1918	1899	
442	Vũ-văn-Đoán . . .	—	Phúc-Yên	27-9-1918	—	
497	Nguyễn-văn-Khiêm	—	Hải-Dương	23 2 1920	—	
465	Ngô-đình-Tru. . .	—	1er Bureau R.S.	22-8-1919	1901	
577	Đỗ-đức-Cung . . .	—	Vĩnh-Yên			
578	Nguyễn-văn-Đức .	29-1-25	Don. locale Santé	1-9-1919	1897	
448	Phạm hữu-Chiều .	1-7-25	Mairie Hanoi	31 8 1918	1894	
477	Nguyễn-buy-Bích	—	Nam-Định	6-10-1919	1900	
437	Trinh.hữu-Tường	—	4e Bureau R. S.	7-9 1918	1899	
439	Nguyễn-buy-Lâm.	—	Thái-Bình	27 9-1918	1898	
459	Vũ-đình-Chúc. .	—	Sûreté	13-2-1919	1890	
484	Nguyễn-văn Quế.	1-2-26	Kiến-An	21-11 19	1896	
480	Trần-văn-Hòa. .	—	2e Bureau R.S.	5-10-19	1901	
490	Bùi-văn-Tháp. .	—	Hòa-Bình	17-1-20	1896	
473	Bùi-văn-Trích. .	—	Identité	6-1-019	1899	
492	Trịnh-hữu-Đức .	—	2e Bureau R.S.	27-1-20	1898	
466	Trần-đức-Nguyên	—	Yên Bay	6-10-19	—	
486	Nguyễn-công-Kiêm	—	Kiến-An	5-10-19	1901	
464	Nguyễn-thố-Thu .	—	Kiến-An	22-8-19	1898	
499	Nguyễn-quang-Trinh	—	Bắc-Ninh	3-5-20	—	
511	Trương-văn-Chúc	—	Bắc-Ninh	30-11-20	1901	
466	Đỗ-văn-Nhi	—	Mairie Haiphong	2-09-19	—	
515	Nguyễn-trọng-Luân	1-7-26	Cabinet R.S.			
483	Trương-đình-Hoan	—	Finances			
516	Nguyễn-văn-Quý	—	Kiến-An			

(*) Membre de l'Amicale.

Secrétaires de 4e classe (suite)

N° Matricule	NOMS ET PRÉNOMS	Date de la dernière nomination	Province, Service ou Bureaux	Date de l'entrée dans l'Administration	Date de naissance	OBSERVATIONS
	M. M.					
487	Bùi-huy-Tư	1-1-27	Lạng-Sơn	11-12-1919	1899	
534	Vũ-Du	—	Thái-nguyên	4-3-1922	1898	
548	Nguyễn-đình-Chinh.	—	Lao-Kay	22-6-1922	1896	
475	Trần-đình-Tư. . .	—	Hà-Đông	6-10-1919	1898	
543	Trương-văn-Trang .	—	Lao Kay	13-4-1022	1896	
581	Lê-đình-Hàm. . .	—	Tuyên Quang			
496	Dương-đức-Hanh .	—	Quảng-Yên	23-2-1920	1901	
495	Nguyễn-văn-Chinh .	—	3e Bureau	—	—	
503	Ngô-văn-Xuân * .	—	Haiphong	1-9-1920	1897	
502	Nguyễn-xuân-Tam .	—	Hà-Đông	—	1899	
517	Đoàn-Thiệp * . .	—	Hải-Dương	3-5-1921	1902	
478	Trần-lưu-Chỉ * . .	—	Hà-Nam (congé)	6-10-1919	1899	
540	Trương-đức-Chu. .	—	Cao-Bang	31-3-1922		
505	Hoàng-mạnh-Lang .	—	Ninh-Bình	26-10-1920	1901	
583	Đinh-văn-phúc . .	—	Yên-Bay			
532	Nguyễn-đức-Hanh .	—	Bắc-Ninh	4-3-1922	1896	
504	Đinh-văn-Nha * . .	—	Sơn-La	4-10-1920	1898	
522	Trần-văn-Nhan . .	—	Gouv. Général	17-11-1921	1902	
373	Đào-qui-Tuyên . .	—	3e Bureau	17-7-1916	1893	
547	Nguyễn-ngọc-Khuê .	—	Lao-Kay	22-6-1897	1897	

(*) Membre de l'Amicale.

Secrétaires de 5e classe

N° Matricule	NOMS ET PRÉNOMS	Date de la dernière nomination	Province Service ou Bureaux	Date de l'entrée dans l'Administration	Date de naissance	OBSERVATIONS
	M.M.					
509	Phạm-bửu-Ninh *	1-1-25	Finances Disponibilité	24-11-1920	1898	
510	Phùng-mạnh-Quý	—	Bắc Ninh	27-11-1920	—	
580	Đinh-xuân-Thiều	29-1-25	Lạng Sơn			
582	Đoàn-bá-Chi *	—	Hưng-Yên			
583	Ng-trương-Bình *	—	4e Bureau R.S.			
585	Nguyễn-văn-Bích *	—	3e Bureau R.S.			
586	Nguyễn-đinh-Tiến *	—	—	13-10-1921	1901	
521	Nguyễn-bửu-Tuệ	1-7-25	4e Bureau R.S.	—	1901	
533	Nguyễn-văn-Mão	—	8e Bureau R.S.	4-3-1922	1897	
526	Nguyễn-văn-Thược *	—	Sơn-Tây	28-2-1922	1898	
531	Trần-văn-Hoạt *	—	Mairie Haiphong	4-3-1922	1897	
518	Nguyễn-văn-Tùy	1-1-26	Hà-Nam			
527	Phạm-gia-Huân	—	Hôp. Indig:			
545	Trần-văn-Đạo *	—	—			
542	Trần-đinh-Quang	—	Lao Kay			
528	Nguyễn-văn-Cơ	—	Hà-Giang			
538	Nguyễn-đinh-Hưng	—	Cao Bang			
539	Nguyễn-đức-Huyên	—	Quảng-Yên			
554	Vũ-đinh-Chinh	—	Yên-Bay			
529	Nguyễn-văn-Giáp dit Kinh	—	Vĩnh-Yên			
549	Tống-sơn-Thi	—	Quảng-Yên			
530	Nguyễn-văn-Cầu	—	Bắc-Ninh			
544	Nguyễn-quang-Duyệt	—	Service Santé			
227	Thẩm-ngọc-Vi *	1-1-26	Hôp. Indigène			
555	Trần-ngọc-Trân	23-3-24	Nam-Định			
560	Nguyễn-cao-Thọ	1-1-27	Yên-Bay			

(*) Membre de l'Amicale.

Secrétaires de 5e classe (suite)

N° Matricule	NOMS ET PRÉNOMS	Date de la dernière nomination	Province, Service ou Bureaux	Date de l'entrée dans l'Administration	Date de naissance	OBSERVATIONS
	M.M.					
87	Phạm-Vinh	1-1-27	Thái-Bình			
	Vũ-văn-Kiên	—	Nam-Định	23-3-23		
59	Trần-văn-Trương	—	Bureau R.S.	4-8-1923		
98	Nguyễn-văn-Mai	—	3e Bureau R. S.			
81	Đỗ-Quý	—	Yên-Bay	31-3-1924		
57	Nguyễn-vu-Duy	—	Hà-Nam	4-5-1923		
96	Vũ-quang-Thuyết	—	Mon-Cay			
90	Hoàng-văn-Huệ	—	Phúc-Yên			

Secrétaire de 6e classe

N° Matricule	NOMS ET PRÉNOMS	Date de la dernière nomination	Province, Service ou Bureaux	Date de l'entrée dans l'Administration	Date de naissance	OBSERVATIONS
62	Phạm-phan-Côn *	23-8-24	Thái-Bình			
589	Nguyễn-văn-Hanh dit Vạn	29-1-25	3e Bureau R.S.			
591	Nguyễn-văn-Bảo	—	Sơn-La			
592	Hoàng-nghĩa-Tru *	—	B.P.S. Filles			
594	Hàn-ngọc-Tri *	—	4e Bureau R.S.	1er-10-1918	1897	
568	Nguyễn-văn-Đồng	18-8-25	2e Bureau R.S.			
569	Cung-thức-Tịnh *	—	Service Santé	18-8-1924	3-1-1905	
565	Nguyễn-khắc-Công	22-8-28	Ninh-Bình			
573	Phạm-tất-Chính	29-8-25	Bắc-Giang			
571	Nguyễn-văn-Vân	30-8-25	Maire Hanoi			
564	Lê-văn-Mai	28-11-25	Hà-Nam			
524	Đỗ-huy-Chiêu	31-3-26	Nam-Định			

(*) Membre de l'Amicale

Secrétaires de 6ᵉ classe (*suite*)

No Matricule	NOMS ET PRÉNOMS	Date de la dernière nomination	Province, Service ou Bureaux	Date de l'entrée dans l'Administration	Date de naissance	OBSERVATIONS
	M.M.					
625	Nguyễn-thể-Nghiệp .	14-4-26	Thái-Bình			
567	Trần-ngọc-Thiều .	15-7-26	3e Bureau R.S.			
648	Đặng-đình-Sĩ. . .	10-8-26	Mairie Hanoi			
649	Hoàng-a-Tai . .	10-8-25	Lang-Sơn			
646	Đạm-năng-Tính .	17 8-26	3e Bureau R.S.			
647	Nguyễn-Vu. . . .	—	Hưng-Yên			
645	Nguyễn-bai-Nam. .	18-8-26	1er Bureau R.S.			
651	Vũ-duy-Thiều. . .	—	Lao-Kay			

Secrétaires stagiaires à 450 $

No Matricule	NOMS ET PRÉNOMS	Date de la dernière nomination	Province, Service ou Bureaux	Date de l'entrée dans l'Administration	Date de naissance	OBSERVATIONS
650	Vũ-ngọc-Thụy. . .	10-6-25	Kiến-An			
692	Bùi-văn.Phu . . .	2-9-26	Hưng-Yên			
693	Nguyễn-đình-Mô. .	25-9-26	1er Bureau R.S.			
694	Chu-văn-Tích. . ,	12-10-26	Sơn-Tây			
697	Đỗ-trọng-Tuyền .	19-10-26	Vĩnh-yên			
698	Nguyễn-văn-Thiết .	20-10-26	4e Bureau R.S.			
700	Vũ-văn-Bảo . . .	25-10-26	Bắc-Giang			
699	Nguyễn-tấn Hùng. .	2-11-26	Thái-nguyên			

(*) Membre de l'Amicale.

Secrétaires stagiaires à 450 $ (*suite*)

No Matricule	NOMS ET PRÉNOMS	Date de la nomination	Province, Service ou Bureaux	Date de l'entrée dans l'Administration	Date de naissance	OBSERVATIONS

Secrétaires de 7ᵉ classe

No Matricule	NOMS ET PRÉNOMS	Date de la nomination	Province, Service ou Bureaux	Date de l'entrée dans l'Administration	Date de naissance	OBSERVATIONS
	M. M.					
597	Nguyễn-trọng-Khôi .	1-1-27	Hà-Đông			
598	Nguyễn-văn-Thịnh .	—	Hà-Đông			
600	Đặng-văn-Khôi * .	—	3e Bureau R. S.			
602	Trần-thiện-Biểu . .	—	Hải-Dương			
601	Vũ-đức-Hồng. . .	—	Ninh-Bình			
602	Lê-duy-Hiên . . .	20-1-25	Bắc-Ninh			
605	Nguyễn-khắc-Chấn .	—	Lang-Sơn			
599	Nguyễn-văn-Nhân * .	17-6-26	Cao-Bằng			

(*) Membre de l'Amicale.

Secrétaires de 8ᵉ classe

Nᵒ Matricule	NOMS ET PRÉNOMS	Date de la dernière nomination	Province Service ou Bureaux	Date de l'entrée dans l'Administration	Date de naissance	OBSERVATIONS
	M. M.					
606	Phi-trọng-Toàn	1-1-27	Thái-Bình			
608	Vũ-đình-Linh	—	Nam-Định			
611	Bùi-văn-Duật *	—	Mon-Cay			
610	Nguyễn-văn-Hanh	—	Hà-Đông			
607	Vũ-văn-Chi	—	Hải-Dương			
609	Bac-cam-San	—	Sơn-La			
612	Nguyễn-hữu-Đu	29-1-25	Service Santé			
613	Nguyễn-trọng-Hiệp	—	3e Bureau R. S.			
614	Ng-trọng-Thuân *	—	Mon-Cay			
617	Trần-ngọc-Phác	29-1-26	Lao-Kay			
618	Tạ-ngọc-Lung	—	3e Bureau R.S.			
619	Nguyễn-hữu-Thế	—	Hải Dương			
621	Hà-sĩ-Đệ *	—	Bắc-kan			
622	Nguyễn-trac-Tri	—	Bắc-Ninh			
623	Đoàn-trọng-Hiệp	—	Ninh-Bình			
624	Ngô-Kiều	—	Cao-Bằng			
615	Trần-nguyên-Huy *	—	Hưng Yên			
633	Nguyễn-cao-Ninh	4-4-26	Thái-Bình			
635	Trần-kiến-Phong	—	Hai-Dương			
636	Nguyễn-đình-Công	—	Hưng-Yên			
639	Kiều-huy-Tân	14-4-26	Thai-Bình			
637	Nguyen-huy-Thiệu	21-4-26	3e Bureau R.S.			
627	Nguyễn-sĩ-Thuận	11-4-26	Hà-Đông			
634	Vũ-tạ-Chu	—	Sûreté			
628	Lê-văn-Tung	15-4-26	Sơn Tây			

(*) Membre de l'Amicale.

Secrétaires de 8ᵉ classe (suite)

Nᵒ Matricule	NOMS ET PRÉNOMS	Date de la dernière nomination	Province, Service ou Bureaux	Date de l'entrée dans l'Administration	Date de naissance	OBSERVATIONS
	M.M.					
631	Lưu-huy-Thất	15-4-26	Nam-Định			
632	Nguyễn-đình-Thịnh	—	Nam Định			
638	Dương-thiên-Lộc	16-4-26	Service Santé			
641	Nguyễn-thế-Vinh	1-5-26	Hưng-Yên			
640	Ng-đặng-Nguyên	7-5-26	Phú Thọ			
630	Nguyễn-văn-Khang	15-5-26	Lai-Châu			
669	Nguyễn-hữu-Chính	18-7-26	Thai-Nguyên			
624	Vũ-văn-Lương	—	Thai-Nguyên			
644	Nguyễn-bá-Cồ	18-8-26	Lạng-Sơn			
643	Nguyễn-cư-Chính dit Mão	21-8-26	Lạng-Sơn			
652	Phạm-văn-Yên	22-9-26	Bắc Kạn			

Secrétaires stagiaires

Nᵒ Matricule	NOMS ET PRÉNOMS	Date de la dernière nomination	Province, Service ou Bureaux	Date de l'entrée dans l'Administration	Date de naissance	OBSERVATIONS
616	Đoàn-đình-Nghiêm	29-1-25	Lạng-Sơn			
620	Đông-quang-Phổ	—	Nam-Định			
	Tống-khắc-Thanh	11-11-25	Hà-Đông			
655	Phùng-huy-Bát	16-11-25	Hưng-Yên			
655	Trần-lưu-Thu	—	Ninh-Bình			
653	Nguyễn-bích-Toàn	—	Ninh-Bình			
657	Kiều-đức-Đệ	—	Sơn-La			

(*) Membre de l'Amicale.

N° Matricule	NOMS ET PRÉNOMS	Date de la dernière nomination	Province, Service ou Bureaux	Date de l'entrée dans l'Administration	Date de naissance	OBSERVATIONS
	Secrétaires stagiaires *(suite)*					
	M. M					
658	Nguyễn-quốc-Canh	28-11-25	Nam-Định			
659	Trần-trọng-Huy	—	Hai-Dương			
660	Tố-Tuấn	—	Ha-Đông			
661	Lê-quang-Cân	11-12-25	Maison Centrale			
662	Ngô-huy-Quỳnh	—	Maison Centrale			
663	Trần-đinh-Viết	5-1-26	Thái-Bình			
664	Đặng-đức-Quán	20-1-26	Mairie Haiphong			
665	Hoàng-khắc-Vy	2-2-16	Hòa-Bình			
666	Nguyễn-văn-An	—	Tuyên-quang			
667	Phan-huy-Chiêm	5-2-26	Hà-Giang			
670	Bế-nhất-Quỳnh	26-3-26	Lao-Kay			
671	Đỗ-kỳ-Nhân	—	Hà-Giang			
672	Bùi-huy-Đinh	22-4-26	Hà-Đông			
673	Hà-huy-Đam	30-4-26	2ᵉ Bureau R. S.			
674	Nguyễn-đặng-Tiến	—	Phúc-Yên			
675	Đào-văn-Thức	—	Hải-Dương			
676	Nguyễn-văn-Thi	—	—			
677	Nguyễn-hữu-Kỳ	—	—			
678	Trần-văn-Nghĩa	—	Tuyên-quang			
680	Đào-minh-Huy	22-5-26	Thái-Bình			
682	Trần-văn-Trước	17-7-26	Hà-Giang			
681	Chương-đức-Lư	20-7-20	Cao-Bằng			
683	Nguyễn-mai-Liễu	26-7-26	Thái-nguyên			
684	Lý-nguyên-Bính	—	Thái-Bình			
685	Triều-phong-Thước	—	Mon-Cay			
686	Nông-quốc-Đô	—	Bắc-Kạn			
687	Hà-sỹ-Phat	—	Lao-Kay			

(*) Membre de l'Amicale.

N° Matricule	NOMS ET PRÉNOMS	Date de la dernière nomination	Province, Service ou Bureaux	Date de l'entrée dans l'Administration	Date de naissance	OBSERVATIONS
	Secrétaires stagiaires *(suite)*					
	M.M.					
688	Lương-văn-Chinh	20-7-26	Mon-Cay			
689	Mai-thế-Anh	—	Lạo-Kay			
690	Tsu-tac-Khoan	—	Hà-Giang			
695	Hoàng-quang-Bất	6-10-26	Lao-Kay			
696	Phạm-văn-Lý	8-10-26	Lai-Châu			

Liste des membres de l'Amicale n'appartenant pas au cadre des Résidences

Administration Indigène

MM. Bùi-đình-Thình 👑	An-sát
Đỗ-đình-Thiện	Tri-châu
Hà-duy-Thành	Tri-phủ
Hà-lương-Tín	do
Hà-văn-Mạo	Tri-châu
Hoàng-hữu-Giao	do
Hoàng-nghĩa-Đông	do
Nguyễn-đình-Quì 👑	Tuần-phủ
Nguyễn-hoàng-Thu	Tri-huyện
Nguyễn-huy-Tường 👑	Tuần-phủ
Phạm-gia-Nùng	Tri-huyện
Trần-văn-Trinh	Quản-đạo
Vũ-ngọc-Oánh ✳ 👑	Tồng-đốc
Vũ-ngọc-Lâm	Tri-phủ
Đỗ-Thúc	Tri-huyện (Bắc-giang)
Bùi-ngọc-Hoàn	do (Hà-đông)
Đỗ-văn-Bình	Tri-châu (Lạng-sơn)
Vũ-đức-Phương	do
Linh-quang-Vong	do
Bế-xuân-Tiết	do

Cadastre

MM. Nguyễn-đình-Minh	Arpenteur titulaire
Nguyễn-gia-Huy	do
Trương-văn-Hanh	do
Nguyễn-gia-Nghiêm	do

Divers

MM. Bùi-đình-Tá 👑	Commis indigène en retraite
Bùi-huy-Dương	Lettré en retraite
Bùi-xuân-Thành	Secrétaire démissionnaire

MM. Đinh-văn-Tô	Lettré en retraite
Lê-bửu-Phùng	Secrétaire en retraite
Lê-văn-Phúc	Imprimeur
Nguyễn-duy-Hy	Lettre en retraite
Đỗ-đinh-Nghiêm	Instituteur
Nguyễn-văn-Khái	Lettré en retraite
Trần-đức-Cảnh	Secrétaire en retraite
Trần-thọ-Thiện	Dessinateur en retraite
Trần-văn-Lộc	Lettré en retraite
Trần-văn-Tốn	do
Trịnh-xuân-Quyền	do
Sine-Kuan-Vay	do
Nguyễn-văn-Chính	Secrétaire démissionnaire
Đặng-quang-Hữu	Lettré en retraite
Nguyễn-thừa-Đạt	Entrepreneur
Cao-xuân-Thiện	Secrétaire greffier
Trương-hữu-Bích	Lettré en retraite
Trần-văn-Chi	Secrétaire greffier
Nguyễn-chí-Hòa	Secrétaire principale en retraite
Ngô-vi-Liễn	Commis (Bibliothèque)
Phạm-xuân-Phái	Lettré en retraite
Trương-ngọc-Tuyên	Secrétaire greffier
Nguyễn-văn-Y	Secrétaire démissionnaire
Đặng-Hưởng	Secrétaire greffier
An-văn-Tùng	do
Hoàng-đinh-Trác *	Secrétaire principal Gouv. Gᵃˡ
Bùi-đinh-Hòe *	do
Trần-quốc-Lộc *	Secrétaire 6e classe licencié pour raison de santé
Vũ-ngọc-Quý *	Secrétaire principal Gouv. Gᵃˡ
Lê-đinh-Quang *	do
Nguyễn-trọng-An	do
Đỗ-văn-Luân	Secrétaire au Gouvernement Général
Nguyễn-văn-Lan	Commis Dalat (Annam)

Municipalité de Hanoi

M M. Nguyễn-gia-Phai   Secrétaire
    Nguyễn-văn-Hiếu   do
    Nguyễn-văn-Liên   do
    Nguyễn-đình-Tuyên   do
    Lê-Toại   do
    Nguyễn-văn-Kỳ   do

Municipalité de Haiphong

MM. Nguyễn-văn-Diên   Secrétaire principale
    Lê-văn-Hiên   do
    Lê-Hưng   do
    Nguyễn-chương-Tru   do
    Nguyễn-cao-Khang   do
    Đỗ-tiến-Nhân   do
    Khổng-trung-Lục   Secrétaire de 4° classe
    Hoàng-văn-Duyệt   Secrétaire dessinateur de 4° classe

Association Amicale du personnel indigène

DES RÉSIDENCES DU TONKIN

BULLETIN D'ADHESION

DE MEMBRE ACTIF

N° ....

Monsieur le Président,

Je soussigné, demande à être inscrit parmi les membres actifs de l'Association Amicale du personnel indigène des Résidences du Tonkin, déclare adhérer aux statuts et règlements de l'association et m'engage à acquitter les cotisations qu'ils prescrivent.

Fait à   , le   192

(*Signature*)

Prénoms et nom

Date et lieu de naissance

Date d'entrée dans l'Administration

Grade actuel

Résidence

Célibataire ou marié

Nombre d'enfants

Adresse de la famille

(1) Droit d'entrée ; Cotisation annuelle.

Association Amicale du personnel indigène
DES RÉSIDENCES DU TONKIN

BULLETIN D'ADHESION
DE MEMBRE ACTIF

N° __________

Monsieur le Président,

Je soussigné, demande à être inscrit parmi les membres actifs de l'Association Amicale du personnel indigène des Résidences du Tonkin, déclare adhérer aux statuts et règlements de l'association et m'engage à acquitter les cotisations qu'ils prescrivent.

Fait à   , le   192

(Signature)

Prénoms et nom

Date et lieu de naissance

Date d'entrée dans l'Administration

Grade actuel

Résidence

Célibataire ou marie

Nombre d'enfants

Adresse de la famille

(1) Droit d'entrée : Cotisation annuelle.

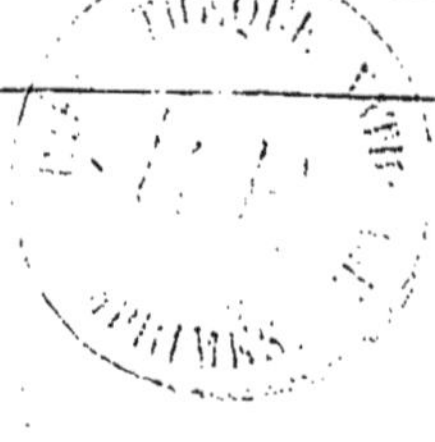

Certifié conforme au tirage s'élevant à trois cents exemplaires.

Hanoï, le 24 Mai 1927.

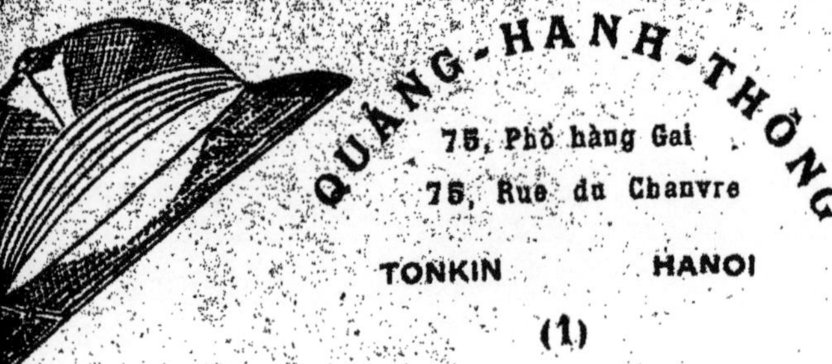

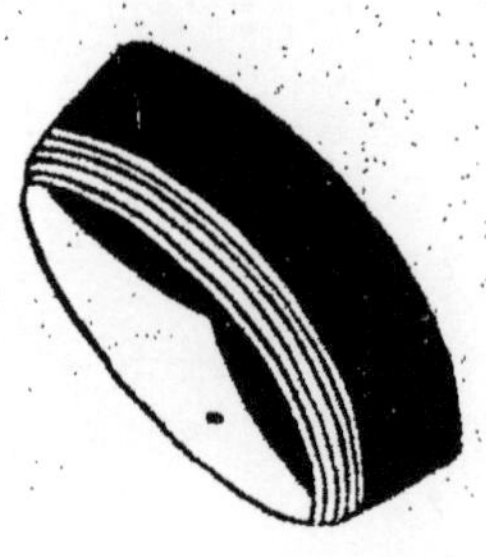

Kiểu khăn rất đẹp, rất nhã, kiểu mũ hợp thời !

HÀNG ĐÃ TỐT !   THỢ LẠI KHÉO !

GIÁ ĐƯỢC HẠ !

Các ngài thửa khăn hay mũ bản-hiệu xin làm đúng như cách thức các ngài chỉ bảo, xin mời các ngài chiếu cố đến hiệu Q. H. T. (1)

Các ngài ở sa viết thơ về bản-hiệu thửa hàng, xin đề rõ tên hàng với và xin gửi trước cho một phần tiền. Hàng gửi theo cách lĩnh hóa giao gần.

Mua buôn có giá riêng rất lời

KHĂN XẾP		MŨ TRẮNG VÀ MŨI		
5 đến 8 nếp. Số đầu từ 51 đến 60		Số đầu từ 48 đến 53 — từ 54 đến 62 Băng xếp và băng khóa rất đẹp		
			Người nhớn	Trẻ con
Lượt ta thửa	2$00	1—Liège cao-xu.	3$20 2,80	2$50
—id— hạng A.	1,60	2—Nửa liège.	1,95	1,80
—id— hạng B.	0,95	3—Rút tốt lót sát kiểu liège (faux liège) lót len xanh tốt (mới có).	1,70	1,50
Lượt tây thửa (mới có).	2,50			
—id— hạng A.	2,20			
—id— hạng B.	2,00			
Nhiễu tây thửa (mới có)	3,20	4—Cũng hạng này lót vải tốt.	1,40	1,30
—id— hạng A.	2,80	5—Rút thường	1,10 0,90	0,90 0,70
Sa-tanh tốt.	2,50			
Mạga tốc thứ tốt.	1,40	Mũ lợp gia tốt mũi sám, thêm mỗi cái 0$40 về hạng người nhớn và 0$30 về hạng trẻ con.		

(1) Xin đề như sau này vào mandat và phong thơ:

Mᵐᵉ NGUYỄN-THỊ-THIỆN
75, Rue du Chanvre — Hanoi